First Picture Dictionary
Animals
የመጀመሪያው የስዕል መዝገበ ቃላት
እንስሳት

Pig
አሳማ

Butterfly
ቢራቢሮ

Rabbit
ጥንቸል

Fox
ቀበሮ

Illustrated by Anna Ivanir

www.kidkiddos.com
Copyright ©2025 by KidKiddos Books Ltd.
support@kidkiddos.com

All rights reserved. No part of this book may be reproduced in any form or by any electronic or mechanical means, including information storage and retrieval systems, without written permission from the publisher, except in the case of a reviewer, who may quote brief passages embodied in critical articles or in a review.
First edition, 2025

Library and Archives Canada Cataloguing in Publication
First Picture Dictionary - Animals (English Amharic Bilingual edition)
ISBN: 978-1-83416-447-2 paperback
ISBN: 978-1-83416-448-9 hardcover
ISBN: 978-1-83416-446-5 eBook

Wild Animals
የዱር እንስሳት

Lion
አንበሳ

Tiger
ነብር

Giraffe
ቀጭኔ

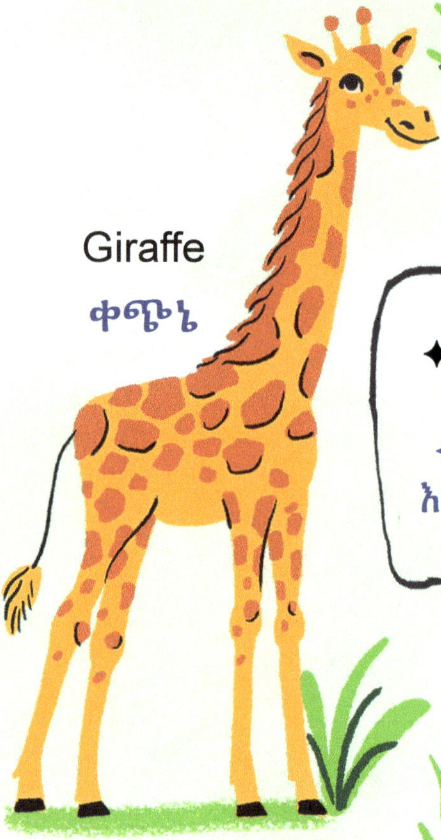

✦ *A giraffe is the tallest animal on land.*
✦ ቀጭኔ በየብስ ላይ ካሉ እንስሳት ሁሉ ረጅሙ ነው፡፡

Elephant
ዝሆን

Monkey
ጦጣ

Bear

ድብ

Kangaroo

ካንጋሮ

Crocodile

አዞ

Camel

ግመል

Zebra

ሜዳ አህያ

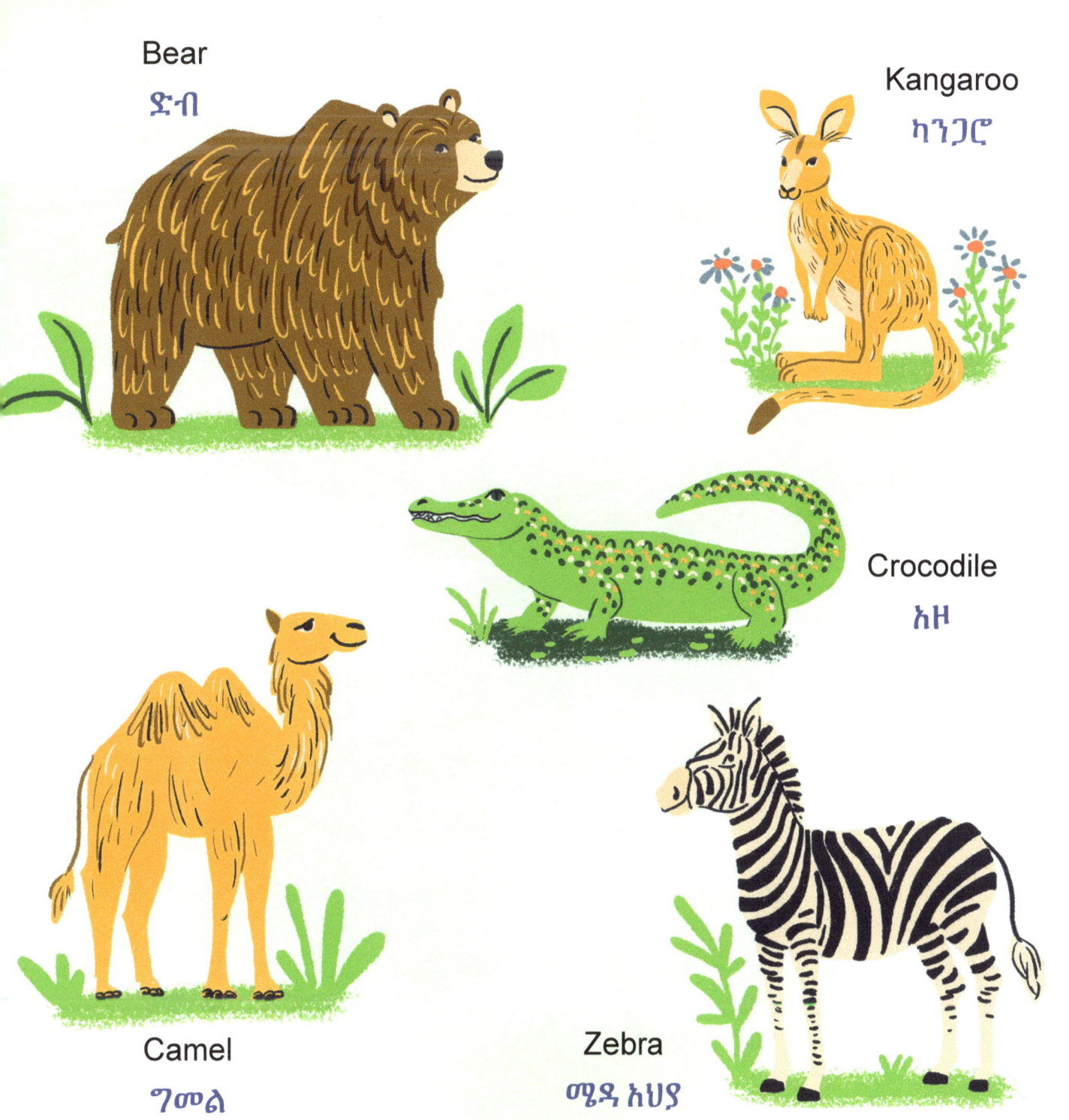

Wild Animals
የዱር እንስሳት

Hippopotamus — ጉማሬ

Panda — ፓንዳ

Fox — ቀበሮ

Rhino — አውራሪስ

Deer — አጋዘን

Moose
ሙስ

Wolf
ተኩላ

✦ *A moose is a great swimmer and can dive underwater to eat plants!*

✦ ሙስ በጣም ጥሩ ዋናተኛ ሲሆን ተክሎችን ለመመገብ ከውሃ በታች መጥለቅ ይችላል!

Squirrel
ሽኮኮ

Koala
ኮአላ

✦ *A squirrel hides nuts for winter, but sometimes forgets where it put them!*

✦ ሽኮኮ ለክረምት ፍሬዎችን ይደብቃል ፤ ግን አንዳንድ ጊዜ የት እንዳስቀመጣቸው ይረሳል።

Gorilla
ጎሪላ

Pets
የቤት እንስሳት

Canary
ካናሪ

Guinea Pig
ጊኒ አሳማ

✦ *A frog can breathe through its skin as well as its lungs!*
✦ *እንቁራሪት በሳምባዋ ብቻ ሳይሆን በቆዳዋም መተንፈስ ትችላለች!*

Frog
እንቁራሪት

Hamster
ሀምስተር

Goldfish

ወርቅ ዓሳ

Dog

ውሻ

✦*Some parrots can copy words and even laugh like a human!*

✦አንዳንድ በቀቀን ቃላትን መገልበጥ
እና እንደ ሰው መሳቅ ይችላሉ!

Cat

ድመት

Parrot

በቀቀን

Animals at the Farm
በእርሻ ቦታ ላይ ያሉ እንስሳት

Cow
ላም

Chicken
ዶሮ

Duck
ዳክዬ

Sheep
በግ

Horse
ፈረስ

Pig

አሳማ

Rabbit

ጥንቸል

Llama

ላማ

✦*A goat can climb steep rocks and even trees!*

✦ፍየል ቁልቁል ድንጋዮችን እና ዛፎችን መውጣት ይችላል!

Goat

ፍየል

Peacock

ፒኮክ

Turkey

ጅግራ

Animals in Water
በውሃ ውስጥ ያሉ እንስሳት

Coral
ኮራል

Octopus
ኦክቶፐስ

Dolphin
ዶልፊን

Jellyfish
ጄሊፊሽ

✦An octopus has three hearts and can change colors to hide!

✦ኦክቶፐስ ሶስት ልቦች አሉት እና ለመደበቅ ቀለሞቹን መቀየር ይችላል!

Seahorse
የባሕር ፈረስ

Shark
ሻርክ

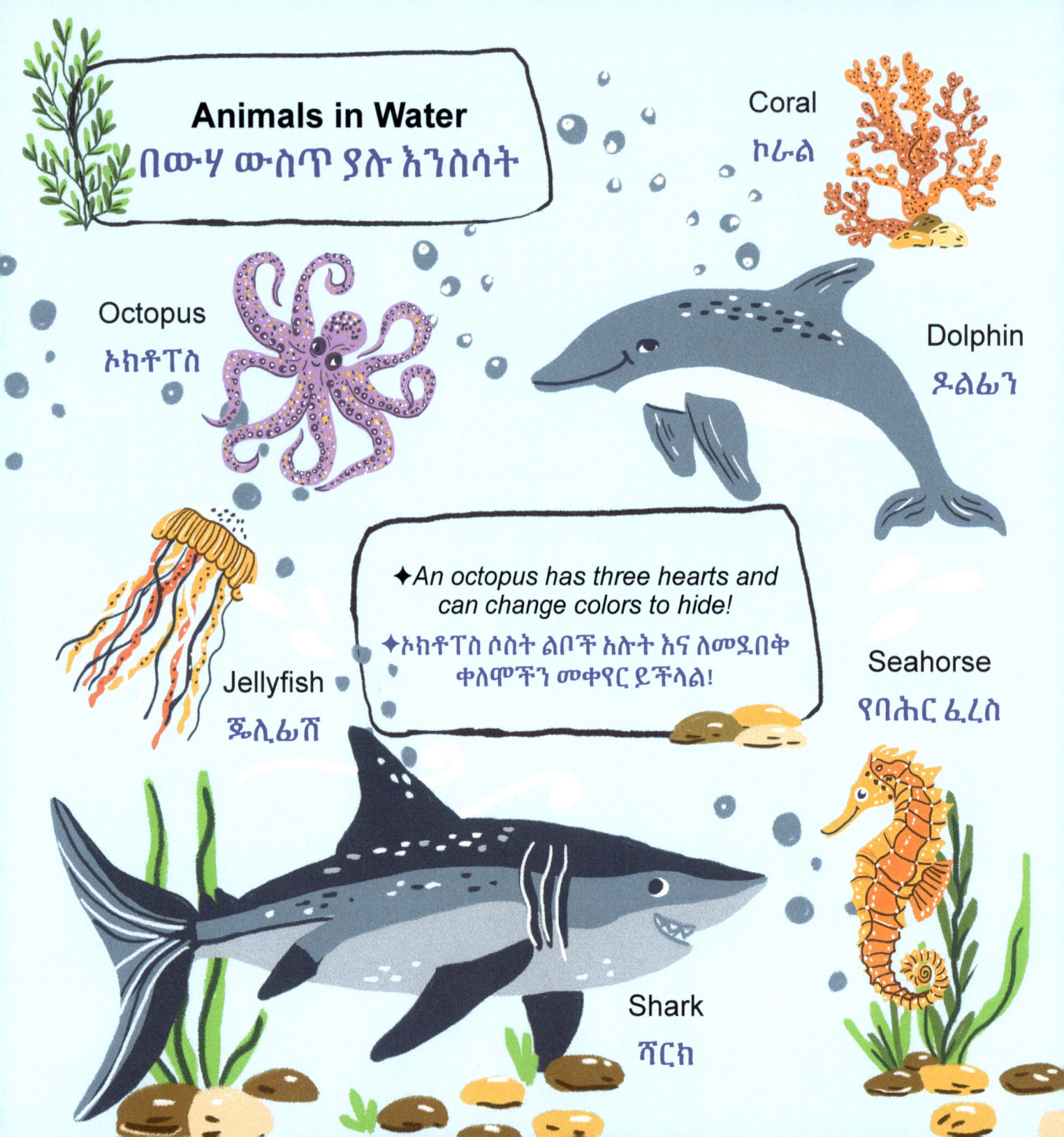

Lobster

ሎብስተር

Walrus

ዋልረስ

✦*A lobster has blue blood.*

✦ሎብስተር ሰማያዊ ደም አለው።

✦*A seal can hold its breath for 30 minutes while diving underwater!*

✦ሲል ከውሃ በታች ሲጠልቅ ለ 30 ደቂቃዎች ያህል ትንፋሹን መያዝ ይችላል!

Seal

ሲል

Crab

ክራብ

Animals in the Sky
በሰማይ ላይ ያሉ እንስሳት

Seagull

ሲጋል

Woodpecker

እንጨት ቆራጭ

✦*A hawk can spot a tiny mouse from high up in the sky!*

✦ጭልፊት ከሰማይ ከፍታ ላይ አንድ ትንሽ አይጥ ማየት ይችላል!

Eagle

ንስር

Pigeon

ርግብ

Hawk

ጭልፊት

Mosquito
ትንኝ

Dragonfly
ድራጎንፍላይ

✦ *A dragonfly was one of the first insects on Earth, even before dinosaurs!*
✦ ድራጎንፍላይ በምድር ላይ ካሉ የመጀመሪያዎቹ ነፍሳት አንዱ ነበር፣ ከዳይኖሰርቶችም በፊት!

Bee
ንብ

Butterfly
ቢራቢሮ

Ladybug
ሌዲባግ

Animals on Land
በየብስ ላይ ያሉ እንስሳት

Grasshopper

አንበጣ

Snake

እባብ

✦*A snake smells with its tongue instead of its nose!*

✦እባብ በአፍንጫው ፈንታ በምላሱ ያሸታል።

Anteater

ጉንዳን በላ

Caterpillar

አባጨጓሬ

Worm

ትል

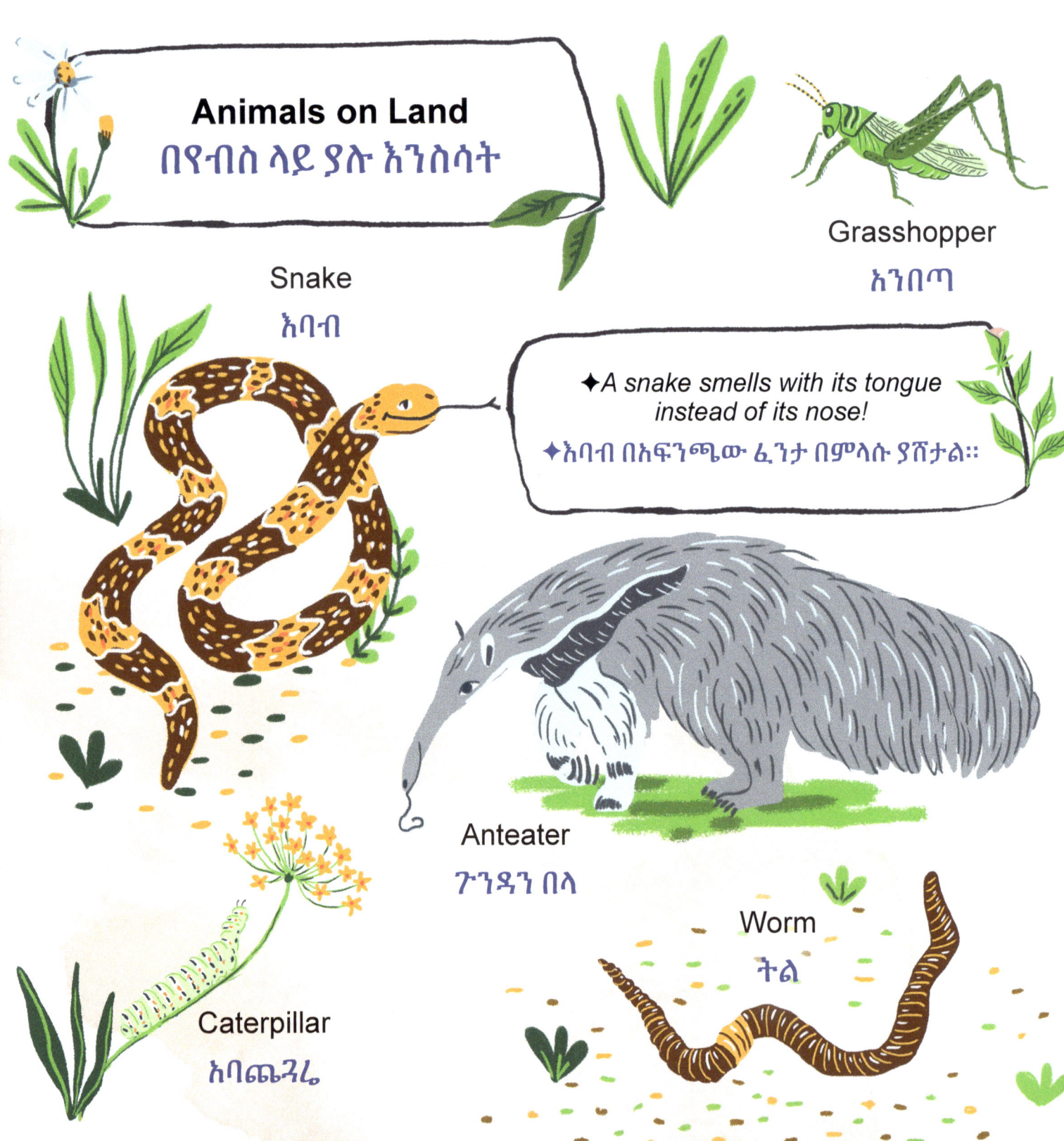

Badger

ባድጀር

Porcupine

ጃርት

Groundhog

ግራውንድሆግ

✦*A lizard can grow a new tail if it loses one!*

✦እንሽላሊት ጅራቷን ካጣች አዲስ ጅራት ማብቀል ትችላለች!

Lizard

እንሽላሊት

Ant

ጉንዳን

Magical Animals
አስማታዊ እንስሳት

Unicorn

ዩኒኮርን

Pegasus

ፔጋሰስ

Dragon

ድራጎን

Mermaid

መርሜድ

Wild Cats
የዱር ድመቶች

Puma
ፑማ

Lion
አንበሳ

Cheetah
አቦሸማኔ

✦ *A cheetah is the fastest animal on land.*
✦ አቦሸማኔ በየብስ ላይ ካሉ እንስሳት ሁሉ ፈጣኑ ነው።

Lynx
ሊንክስ

Panther
ፓንተር

Big Animals
ትላልቅ እንስሳት

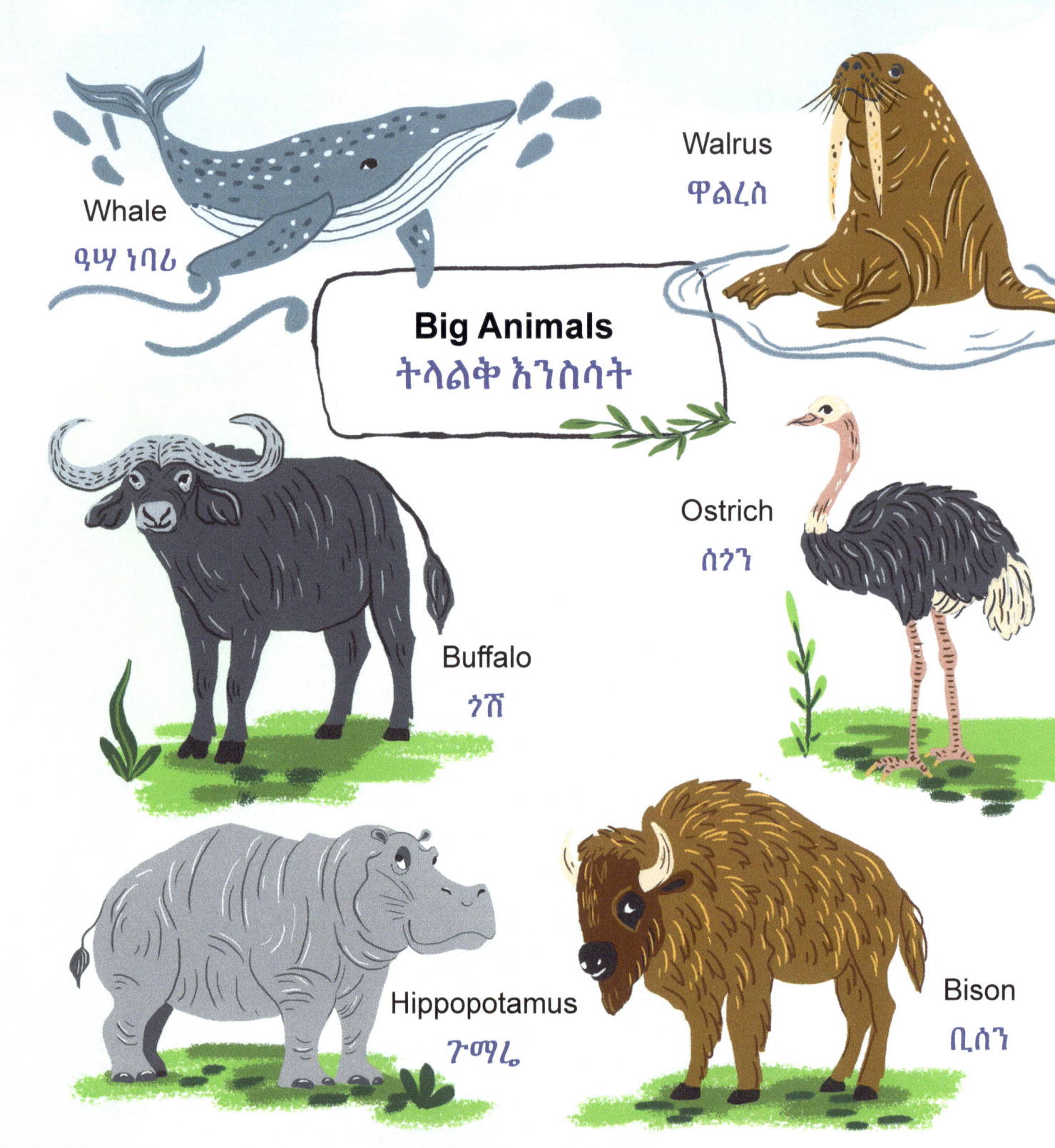

Small Animals
ትናንሽ እንስሳት

Chameleon
እስስት

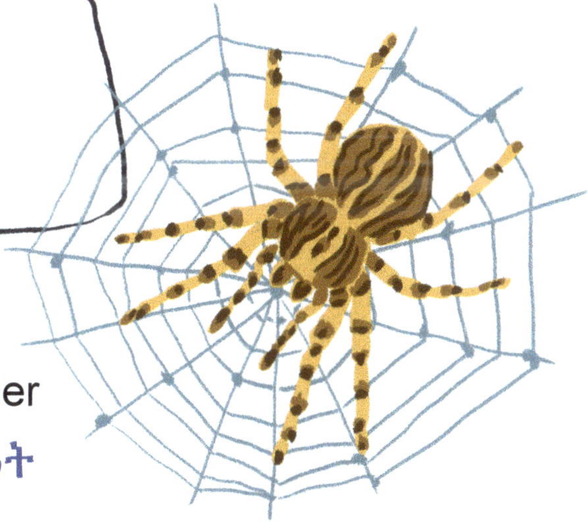

Spider
ሸረሪት

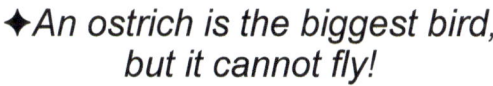

✦ An ostrich is the biggest bird, but it cannot fly!

✦ ሰጎን ትልቁ ወፍ ነው፣ ግን መብረር አይችልም!

Bee
ንብ

✦ A snail carries its home on its back and moves very slowly.

✦ ቀንድ አውጣ ቤቱን በጀርባው ተሸክሞ በጣም በዝግታ ይንቀሳቀሳል።

Snail
ቀንድ አውጣ

Mouse
አይጥ

Quiet Animals
ፀጥ ያሉ እንስሳት

Turtle

ዔሊ

Ladybug

ሌዲባግ

✦A turtle can live both on land and in water.

✦ዔሊ በየብስም በውሃም መኖር ይችላል።

Fish

ዓሣ

Lizard

እንሽላሊት

Loud Animals
ጩኸተኛ እንስሳት

Donkey
አህያ

Rooster
ዶሮ

Frog
እንቁራሪት

Wolf
ተኩላ

Hyena
ጅብ

Polar Animals
የዋልታ እንስሳት

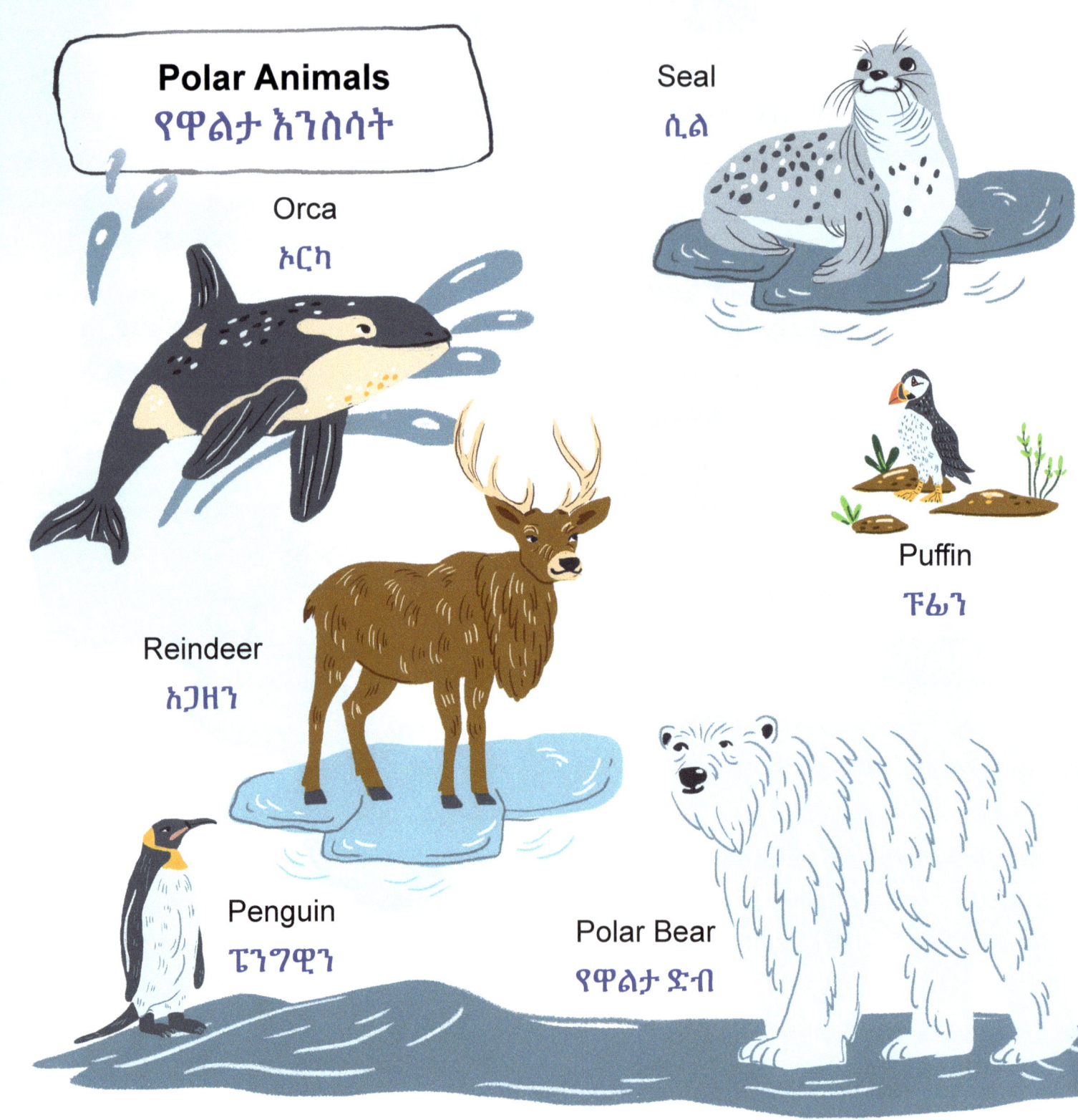

Jungle Animals
የጫካ እንስሳት

Orangutan

ኦራንጉታን

Panther

ፓንተር

Toucan

ቱካን

Gorilla

ጎሪላ

Iguana

ኢጉአና

Anaconda

አናኮንዳ

Sloth

ስሎዝ

Nighttime Animals
የሌሊት እንስሳት

Firefly

ሩሪ

Badger

ባድጀር

Kiwi Bird

ኪዊ ወፍ

Leopard

ነብር

Hedgehog

ጃርት

Owl
ጉጉት

Bat
የሌሊት ወፍ

✦An owl hunts at night and uses its hearing to find food!
✦ጉጉት በሌሊት ያድናል እና ምግብ ለማግኘት የመስማት ችሎታውን ይጠቀማል!

✦A firefly glows at night to find other fireflies.
✦ራሪ ሌላ ራሪ ለማግኘት በሌሊት ያበራል።

Raccoon
ራኮን

Tarantula
ታራንቱላ

Colorful Animals
ባለቀለም እንስሳት

A flamingo is pink
ፍላሚንጎ ሮዝ ነው

An owl is brown
ጉጉት ቡናማ ነው

A swan is white
ስዋን ነጭ ነው

An octopus is purple
ኦክቶፐስ ሐምራዊ ነው

A frog is green
እንቁራሪት አረንጓዴ ነው

✦ A frog is green, so it can hide among the leaves.
✦ እንቁራሪት አረንጓዴ ነው፣ ስለዚህ በቅጠሎች መካከል መደበቅ ይችላል።

A polar bear is white

የዋልታ ድብ ነጭ ነው

A fox is orange

ቀበሮ ብርቱካንማ ነው

A koala is grey

ኮአላ ግራጫ ነው

A panther is black

ፓንተር ጥቁር ነው

A chick is yellow

ጫጩት ቢጫ ነው

Animals and Their Babies
እንስሳት እና ግልገሎቻቸው

Cow and Calf

ላም እና ጥጃ

Cat and Kitten

ድመት እና ድምር

✦A chick talks to its mother even before it hatches.

✦አንድ ጫጩት ከመፈልፈሉ በፊትም ከእናቱ ጋር ይነጋገራል።

Chicken and Chick

ዶሮ እና ጫጩት

Dog and Puppy

ውሻ እና ቡችላ

Butterfly and Caterpillar

ቢራቢሮ እና አባጨጓሬ

Sheep and Lamb

በግ እና ጠቦት

Horse and Foal

ፈረስ እና የፈረስ ግልገል

Pig and Piglet

አሳማ እና አሳማ ግልገል

Goat and Kid

ፍየል እና ጠቦት

www.ingramcontent.com/pod-product-compliance
Lightning Source LLC
LaVergne TN
LVHW072055060526
838200LV00061B/4742